என்றாலும் நான் எழுகிறேன்

என்றாலும் நான் எழுகிறேன்
மாயா ஆஞ்சலு (1928–2014)

உலகப் புகழ்பெற்ற அமெரிக்கக் கருப்பினப் பெண் கவிஞர். தன்வரலாற்று நூல்களுக்காகப் பெரும் கவனம் பெற்றார். கவிதை நூல்கள் பதினைந்து தொகுப்புகள் வெளிவந்துள்ளன. கவிஞர், நடிகர், திரைக்கதாசிரியர், மனித உரிமைப் போராளி, தொலைக்காட்சி நட்சத்திரம். 86ஆம் வயதில் மறைந்தார்.

ஆர். சிவகுமார்

மொழிபெயர்ப்பாளர்

அரசுக் கல்லூரிகளில் ஆங்கிலம் போதித்தவர். சில லத்தீன் அமெரிக்கச் சிறுகதைகள், 'உருமாற்றம்' (காஃப்கா), 'இரண்டு வார்த்தைகளும் மூன்று துறவிகளும்' (உலகச் சிறுகதைகள்), 'இலக்கியக் கோட்பாடு' (ஜானதன் கல்லர்), 'சோஃபியின் உலகம்' (யொஸ்டைன் கார்டெர்), 'வசை மண்', 'அந்த நாளின் கசடுகள்' (மார்ட்டீன் ஓ' கைன்) ஆகியவை இவருடைய மொழிபெயர்ப்புகளில் குறிப்பிடத்தக்கவை. சங்கப் பாடல்கள் சிலவற்றையும் நகுலனின் சில கவிதைகளையும் ஆங்கிலத்தில் மொழிபெயர்த்துள்ளார். இவருடைய முதல் நாவல் 'தருநிழல்'.

கைப்பேசி : 9444367697

மின்னஞ்சல் : sivaranjan51@yahoo.co.in

மாயா ஆஞ்சலு

என்றாலும் நான் எழுகிறேன்

தமிழில்
ஆர். சிவகுமார்

காலச்சுவடு பதிப்பகம்

அன்பார்ந்த வாசகருக்கு,

வணக்கம்.

காலச்சுவடு நூலை வாங்கியமைக்கு நன்றி.

நூலின் உள்ளடக்கம், உருவாக்கம், அட்டைப்படம் இன்ன பிற அம்சங்கள் பற்றிய உங்கள் கருத்துகளையும் ஆலோசனைகளையும் காலச்சுவடு வரவேற்கிறது. தகவல், எழுத்து, வாக்கியப் பிழைகள் தென்பட்டால் அவசியம் தெரிவித்து உதவுங்கள். நூல் தயாரிப்பில் கடும் குறைபாடு இருப்பின் மாற்றுப் பிரதி உங்களுக்குக் கிடைக்கக் காலச்சுவடு ஏற்பாடு செய்யும்.

மின்னஞ்சல்: **publisher@kalachuvadu.com**

காலச்சுவடு நாகர்கோவில் அலுவலகத்துக்குக் கடிதம் அனுப்பலாம்.

தங்கள்
எஸ்.ஆர். சுந்தரம் (கண்ணன்)
பதிப்பாளர் — நிர்வாக இயக்குநர்

AND STILL I RISE: A Book of Poems

Copyright © 1978 by Maya Angelou

All rights reserved including the right of reproduction in whole or in part in any form.

This edition published by arrangement with Random House, an imprint and division of Penguin Random House LLC.

என்றாலும் நான் எழுகிறேன் ❖ கவிதைகள் ❖ ஆசிரியர்: மாயா ஆஞ்சலு ❖ ஆங்கிலத்தி லிருந்து தமிழில்: ஆர். சிவகுமார் ❖ முதல் பதிப்பு: அக்டோபர் 2023, இரண்டாம் பதிப்பு: மே 2025 ❖ வெளியீடு: காலச்சுவடு பப்ளிகேஷன்ஸ் (பி) லிட்., 669 கே.பி. சாலை, நாகர்கோவில் 629001

enRaalum naan ezukiReen ❖ Poems ❖ Author: Maya Angelou ❖ Tamil Translation from English by R. Sivakumar ❖ Language: Tamil ❖ First Edition: October 2023, Second Edition: May 2025 ❖ Size: Royal ❖ Paper: 21.3 kg maplitho ❖ Pages: 72

Published by Kalachuvadu Publications Pvt.Ltd., 669, K.P. Road, Nagercoil 629001, India ❖ Phone: 91-4652-278525 ❖ e-mail: publications@kalachuvadu.com ❖ Printed at Mani Offset, Chennai 600077

ISBN: 978-81-19034-36-9

05/2025/S.No.1208, kcp 5777, 21.3 (2) 1ss

பொருளடக்கம்

மொழிபெயர்ப்பாளர் குறிப்புகள்	13
முதல் பகுதி: வாழ்க்கையே என்னைத் தொடு, மென்மையாக அல்ல	17
ஒரு வகைக் காதல், சொல்கிறார் சிலர்	19
நாட்டுப்புறக் காதலன்	20
நினைவுகூரல்	21
எவ்விடம் உரிமைப்பட்டுள்ளோமோ, ஜோடிப் பாட்டு ஒன்று	22
அசாதாரண பெண்	24
ஆண்கள்	26
மறுப்பு	28
கொஞ்ச காலத்துக்கு மட்டுமே	29
இரண்டாம் பகுதி: பயணித்தல்	31
போதையடிமையின் தள்ளாட்டம்	33
பாடம்	34
ஊர் திரும்பிய கலிஃபோர்னியவாசி	35
என்னுடைய ஆர்கன்சா	37
நகர மையத்தின் ஊடாகப் புறநகர்க்கு	38
சீமாட்டிகளின் பகலுணவு மன்றம்	40
அம்மாவின் சமூகநல உதவிப் பதிவேடு	42
பாடகர் பாடப்போவதில்லை	43
வில்லீ	44

குழந்தையை அடிப்பது கொடியதே	46
வேலைக்காரி	47
இன்னுமொரு சுற்று	48
பயணி	50
சுற்றம்	51
அந்த நினைவு	53

மூன்றாம் பகுதி: என்றாலும் நான் எழுகிறேன் — 55

என்றாலும் நான் எழுகிறேன்	57
அது மோசமல்லவா?	59
வாழ்க்கை என்னை அச்சுறுத்துவதில்லை	62
முட்டிமோதி முட்டிமோதி	64
முதுமையடைதல் குறித்து	65
பின்னோக்கிப் பார்க்கும்போது	66
யோபுவைப்போல	67
பணி நேர்காணல் கடிதங்கள்: திருமதி V.B.	69
தேவனே, நன்றி	70

என்றாலும் நான் எழுகிறேன்

அறம் தவறாத சிலருக்கு
இந்நூல் சமர்ப்பிக்கப்படுகிறது

சேர்ந்து சிரிக்கவும்
சேர்ந்து அழவும் நீங்கள் இருக்க
என்னால் அதைக்
கடந்துவிட முடியும்

JESSICA MITFORD
GERARD W. PURCELL
JAY ALLEN

மொழிபெயர்ப்பாளர் குறிப்பு

மாயா ஆஞ்சலு (1928 – 2014) அமெரிக்கக் கருப்பினப் பெண் கவிஞர். மிஸோரி மாநிலத்தின் செயிண்ட் லூயிஸில் பிறந்த இவருக்குப் பெற்றோர் இட்ட பெயர் மார்கரீட் ஆனி ஜான்சன் (*Marguerite Annie Johnson*). ஒரு வயது மூத்த அண்ணன் *Bailey*, 'மாயா' (என்னுடைய) என்று செல்லமாக அழைத்ததையும் *Angelos* என்ற முதல் கணவர் பெயரையும் இணைத்துத் தற்போது அறியப்படும் பெயரைச் சூட்டிக்கொண்டார். பெற்றோரின் வாழ்க்கையில் பிரச்சினை உண்டாக, ஆர்கன்சாவிலுள்ள ஸ்டாம்ப்ஸ் என்ற ஊரிலிருந்த அப்பாவழிப் பாட்டி வீட்டுக்குக் குழந்தைகள் அனுப்பிவைக்கப்பட்டார்கள். அப்போது மாயாவின் வயது மூன்று. ஏழு வயது மாயாவையும் எட்டு வயது பெய்லியையும் அவர்களுடைய அப்பா திரும்பவும் செயிண்ட் லூயிஸுக்கு அழைத்துக்கொண்டார். எட்டாவது வயதில் மாயா அவருடைய அம்மாவின் ஆண் நண்பரால் வல்லுறவுக்கு ஆளானார். ஒரே நாள் சிறையிலிருந்துவிட்டு வெளியே வந்த அந்த நபரை மாயாவின் குடும்ப உறுப்பினர்கள் கொன்றுவிட்டதாக நம்பப்படுகிறது. அந்த நபரின் பெயரைத் தான் உச்சரித்ததால்தான் அவர் கொலையுண்டார் என்ற அதிர்ச்சியிலும் மன அழுத்தத்திலும் ஐந்து ஆண்டுகள்போல மாயா ஒரு வார்த்தையும் பேசவில்லை. அந்த நாட்களில் அவருடைய அசாதாரண நினைவாற்றலும் இலக்கியத்தில் அடிப்படைப் படிப்பும் வளர்ந்ததாகச் சொல்லப்படுகிறது. பதின்மூன்று வயதில் பள்ளி ஆசிரியை ஒருவரின் தூண்டுதலில் சார்ல்ஸ் டிக்கன்ஸ், ஷேக்ஸ்பியர், எட்கர் ஆலன் போ போன்றோரைப் படித்திருக்கிறார். பதினாறு வயதில் அமெரிக்காவின் முதல் டிராம் நடத்துநராக ஆகியிருக்கிறார். அந்தச் சீருடை அவரைக் கவர்ந்திருக்கிறது. பதினேழு வயதில் ஆண் குழந்தை ஒன்றைப் பெற்றிருக்கிறார். இந்தக் கொந்தளிப்பான, மற்ற பலருக்குக் கிடைக்காத

அனுபவங்கள் அவரை இளம் வயதிலேயே முதிர்ச்சியுடையவராகவும் வாழ்க்கையின் சவால்களைத் துணிச்சலுடன் எதிர்கொள்பவராகவும் ஆக்கியிருக்கின்றன.

பாட்டு, நடனம் ஆகியவற்றை மாயா முறையாகப் பயின்று நிகழ்ச்சிகளை நடத்தினார். நாடக நடிகர், பாலியல் தொழிலாளி, மதுக்கூடப் பணியாளர் போன்ற பல தொழில்களைச் செய்திருக்கிறார். சொந்தக்காலில் நிற்கும் மனத் திட்பத்தையும் சுதந்திர மனப்பான்மையையும் இவை அவருக்குக் கொடுத்திருக்கின்றன. எழுத்தாளராகிச் சுயசரிதை, கவிதை, கட்டுரை, நாடகம், தொலைக்காட்சித் தொடர் என்ற வகைமைகளில் நிறையப் படைத்திருக்கிறார். அவர்தான் முதல் கருப்பினப் பெண் திரைப்படக் கதாசிரியர். திரைப்படம் ஒன்றையும் இயக்கியிருக்கிறார். புனித ஜெனேவின் *'The Blacks'* நாடகத்தில் நடித்திருக்கிறார்.

இனப் பாகுபாட்டுக்கு எதிராகவும் கருப்பர்களுக்கான குடிமை உரிமைகள் கோரியும் நடந்த போராட்டங்களில் முனைப்பாகப் பங்காற்றியிருக்கிறார் மாயா. மார்ட்டின் லூதர் கிங்கின் நெருங்கிய சகாவாகப் பொது நிகழ்வுகளை முன்னெடுத்திருக்கிறார். எழுத்தாளர் என்ற நிலைக்கு அடுத்து வரும் அடையாளம் இதுதான்.

அதிகமும் அவருடைய ஏழு சுயசரிதைகளுக்காகப் பிரபல எழுத்தாளராக அறியப்படுபவர். 1969 தொடங்கி 2013வரை அவை பிரசுரிக்கப்பட்டன. சுய அனுபவப் புனைவு என்று அவற்றைச் சிலர் அழைக்கிறார்கள். முதல் சுயசரிதையான *'I Know Why the Caged Bird Sings' (1969)* மூலம் உடனடிக் கவனத்தைப் பெற்றார். குழந்தைப் பருவம் முதல் பதினேழு வயது வரையிலான தன் வாழ்க்கை அனுபவங்களை எந்த ஒளிவுமறைவும் இன்றி இதில் பதிவுசெய்துள்ளார்.

கல்லூரிப் படிப்பு இல்லாத மாயா ஆஞ்சலு, வடக்கு கரோலினா மாநிலத்திலிருக்கும் வேக் ஃபாரஸ்ட் பல்கலைக்கழகத்தில் வாழ்நாள் பேராசிரியராகப் பணியமர்த்தப்பட்டார். 1982 தொடங்கி முப்பது ஆண்டுகள் அவ்வப்போது உலகக் கவிதை, அமெரிக்க அரசியல், அமெரிக்கக் கலாச்சாரம், ஷேக்ஸ்பியர் நாடகத்தின் அரசியல் போன்ற தலைப்புகளில் அங்கே வகுப்புகள் எடுத்திருக்கிறார். இந்தப் பணியை அவர் மிகவும் விரும்பிச் செய்திருக்கிறார். 'நான் போதித்துக்கொண்டிருக்கும் எழுத்தாளர் அல்ல, எழுதிக்கொண்டிருக்கும் ஆசிரியர்' என்று பெருமிதத்தோடு சொல்வாராம். 'மதில்மேல் பூனையாக இருக்காதீர்கள், எந்தப் பிரச்சினையிலும் உங்களுக்கான நிலைப்பாட்டை எடுங்கள், உண்மையைத் தேடும் முயற்சியில் ஈடுபடுங்கள்' என்று மாணவர்களைத் தூண்டுவாராம். முப்பது பல்கலைக்கழகங்கள் அவருக்குக் கௌரவ டாக்டர் பட்டங்கள் வழங்கியிருக்கின்றன.

1993இல் கிளின்ட்டன் குடியரசுத் தலைவராகப் பதவியேற்றபோது மாயா ஆஞ்சலு *'On the Pulse of Morning'* என்ற தன் கவிதையை வாசித்தார் (அந்த ஆண்டே இதற்காக கிராமி விருது பெற்றார்). இந்தப் பெரிய கௌரவம் முதன் முதலாக ஒரு கருப்பினக் கவிஞருக்குக்

கிடைத்த சந்தர்ப்பம் அது. அதற்கு முன்னதாக ராபர்ட் ஃப்ராஸ்ட் தன் 'The Gift Outright' என்ற கவிதையை ஜான் கென்னடி 1961இல் குடியரசுத் தலைவராகப் பதவியேற்றபோது வாசித்திருந்தார். பெரும் சாதனையாளர்களுக்கு அமெரிக்க அரசு வழங்கும் 'Presidential Medal of Freedom' என்ற மிக உயர்ந்த விருதை 2010இல் ஒபாமா, மாயா ஆஞ்சலுக்கு வழங்கினார். செரீனா வில்லியம்ஸ் தன் ஏழாவது விம்பிள்டன், இருபத்திரண்டாவது கிராண்ட் ஸ்லாம் பட்டத்தை 2015இல் பெற்றபோது மாயாவின் 'Still I Rise' கவிதை வாசிப்பதை பிபிசி ஒளிபரப்பியது.

மாயா ஆஞ்சலு ஈடுபட்டிருந்தவை அனைத்தும் நிகழ்த்துக் கலைகள். கவிதையும் இவரைப் பொறுத்தவரை பொதுவெளிக்கான நிகழ்த்துக் கலையே. அநேகமாக இவர் தன் எல்லாக் கவிதைகளையும் பொதுவெளிகளில் வாசித்திருக்கிறார். இந்த வாசிப்புகளுக்காக மூன்று முறை கிராமி விருது பெற்றிருக்கிறார். அவர் கவிதைகள் பொது வாசிப்புகளுக்கு உரியவை என்பதை யாரும் படித்து அறியலாம். இவருடைய கவிதைகள் பதினைந்து தனித் தொகுப்புகளாகவும் முழுத் தொகுப்பாகவும் வெளியாகியுள்ளன.

பொதுவாக அனைவருக்கும் குறிப்பாகக் கருப்பினத்தவர்க்கும் உத்வேகம் ஊட்டும் கவிதைகள் அவருடையவை என்பது பரவலாக ஏற்றுக்கொள்ளப்பட்ட கருத்து. சுய வாழ்க்கை அனுபவங்கள், சுற்றத்தார், அடிமைத்தனத்தின் அவலங்கள், புராணக் குறிப்புகள், கருப்பினப் பெண்களின் துயரங்கள், சமூகக் கொடுமைகள், கருப்புத் தோலின் பெருமிதம் போன்றவை அவர் கவிதைகளின் கருக்களாக உள்ளன. துயரத்தைப் புறக்கணித்து அல்லது வென்று வாழ்க்கையைக் கொண்டாடும் மனப்பாங்கு பொதுச்சரடாக இவற்றில் வெளிப்படுகிறது. தன் இனத்தவரையே சமயத்தில் கிண்டல் செய்கிறார். ஆனால், அதில் சோகம் இழையோடுவதைக் காணலாம்.

வெளியாகும் வேகத்தில் இக்கவிதைகள் தம் வடிவங்களை அடைகின்றன. பல்லவிபோலத் திரும்பத் திரும்ப வரும் வரிகளும் உரையாடல்களும் ஆங்காங்கே காணக் கிடைக்கின்றன. உரக்க வாசித்தால் கிடைக்கும் சுகம் அவற்றின் எதுகை மோனைகளாலும் தொனியாலும் விளைவது. தொனியைப் பெரும்பாலும் தக்கவைத்துவிடலாம். எதுகையை மொழிபெயர்ப்பில் தக்கவைப்பது மூலக் கவிதையைப் பின்னப்படுத்துவதால் சாத்தியமாகும். மோனைகள் மட்டுமே சில சமயங்களில் கைகொடுக்கும். மொழிபெயர்ப்பாளர் கொஞ்சம் ஆசுவாசம் கொள்ளும் தருணங்கள் அவை.

1978இல் வெளியான மாயா ஆஞ்சலுவின் மூன்றாவது கவிதைத் தொகுப்பு 'Still I Rise'இன் தமிழ் மொழிபெயர்ப்பு இந்நூல். அடிக்குறிப்புகள் மொழிபெயர்ப்பாளரால் தரப்பட்டவை.

ஆர். சிவகுமார்

முதல் பகுதி

வாழ்க்கையே என்னைத் தொடு, மென்மையாக அல்ல

ஒரு வகைக் காதல், சொல்கிறார் சிலர்

மிருகத்தின் தாக்குதலை
காதலனின் கைமுட்டி அடியிலிருந்து
பிரித்துச் சொல்ல விலா எலும்புகளால் முடியும்
என்பது உண்மையா?
திடீர் அதிர்ச்சியை அடியின் அதி வலுவை
காயம்பட்ட எலும்புகள் பதிவுசெய்தன பிசகாமல்.
பிறகு, வீங்கிய இமைகள், இரக்கத்துக்குரிய கண்கள்
மனப்புண்ணைப் பேசின, இழந்த காதலை அல்ல.

வெறுப்பு அதிகமும் குழம்பி நிற்பது.
அதற்கு அப்பாலுள்ள பகுதிகளில் அதன் எல்லைகள் உள்ளன.
உறுப்புக்களை இழுத்துப் பிய்க்கும் சித்திரவதைக் கட்டையைவிட
காதல் அதன் இயல்பிலேயே துயரத்தை வலிந்து பெறும்
என்பதைப் பிறர் துன்பத்தில் சுகம் காணும் கொடுமனத்தார்
அறியவே போவதில்லை.

நாட்டுப்புறக் காதலன்

மரபு மீறிய இசை
கூர்முனைக் காலணி
கணுக்காலுக்கு மேலேறிய கால்சட்டை
துயர இரவு நடனம்
சிவப்பு சோடா நீர்
அப்புறம்
யாருடைய மகளாகவும்.

நினைவுகூரல்
பால்* – க்காக

என் கேசத்தில் கூடுகட்டிய தேனீக்களைச் சீண்டி விளையாடும்
உன் மென்னெடைக் கைகள்
என் கன்னச் சரிவில் உன் சிரிப்பு.
அந்தத் தருணத்தில்
என் மேலே கவிந்து இணைகிறாய்
மின்னி ஒளிரும் பீறிடும் தயார்நிலை,
புரியா மர்மம் என் பகுத்தறிவை வன்புணர்கிறது.

உன்னையும் அந்த அற்புதத்தையும்
பின்வாங்கிக்கொண்டபோது,
என் முலைகளுக்கிடையே
உன் காதலின் மணம் மட்டுமே
தங்கியிருந்தபோது,
பிறகு, அதன் பிறகு மட்டுமே
உன் இருத்தலைப் பேராசையுடன்
நுகர என்னால் முடியும்.

---

* மாயா ஆஞ்சலுவின் இரண்டாவது சட்டபூர்வக் கணவர்.

என்றாலும் நான் எழுகிறேன்

எவ்விடம் உரிமைப்பட்டுள்ளோமோ, ஜோடிப் பாட்டு ஒன்று

ஒவ்வொரு நகரத்திலும் ஒவ்வொரு கிராமத்திலும்,
ஒவ்வொரு மாநகர சதுக்கத்திலும்,
நெரிசலான இடங்களிலும்
தேடினேன் முகங்களை
அன்புகொள்ளும் ஒருவரைக்
காணும் நம்பிக்கையுடன்.

தொலைதூர நட்சத்திரங்களின்
மர்மமான அர்த்தங்களைக் கற்றுணர்ந்தேன்,
பிறகு போனேன்
பள்ளிக்கூட அறைகளுக்கும்
பில்லியர்ட் அரங்குகளுக்கும்
மங்கலொளி மதுக்கூடங்களுக்கும்.
ஆபத்துக்களை எதிர்கொண்டும்
அந்நியர்களோடு சல்லாபித்தும்
அவர்கள் பெயர்கள்கூட எனக்கு நினைவில்லை
விரைந்து சுகம் கண்டேன்
காதல் விளையாட்டுக்களில்
எப்போதும் நான் வசப்படுபவள்.

ஆயிரம் புதிய ஜோன்களோடும் ஜேன்களோடும்
குடித்தேன் உண்டேன்
தூசி நிறைந்த கூடங்களிலும்
உயர்குடி மங்கைகளின் நடன விருந்துகளிலும்
ஒதுக்குப்புற ஊரகச் சந்துகளில்
எப்போதும் காதலில் விழுந்தேன்
ஒவ்வொரு ஆண்டும் இரண்டு முறையோ என்னவோ.
அவர்களை வசப்படுத்த முயன்றேன் இனிமையாக
முற்றிலும் அவர்களுடையவனானேன்
ஆனால் அவர்கள் என்னைக் கைவிட்டார்கள்
போய்வா என்று சொல்லி
இப்போது முயலத் தேவையில்லை என்று சொல்லி
உன்னிடம் உரிய அழகு இல்லை.
மிக உணர்ச்சிவசப்பட்ட மிகக் கனிவான நான்
உங்கள் கைகளில் நடுங்குவதில்லை.

நம்பிக்கையூட்டும் சூர்யோதயம்போல
பின் நீ வந்தாய் என் வாழ்வில்
உன் கண்ணொளியால் என் நாட்களைப் பிரகாசித்தாய்
ஒருபோதும் இத்தனை வீரியத்துடன் நான் இருந்ததில்லை
எவ்விடம் உரியவளோ அங்கே நான் இப்போது.

அசாதாரணப் பெண்

என்னுடைய ரகசியம் எங்கே இருக்கிறது என்று தெரிந்துகொள்ள
அழகிகள் ஆசைப்படுகிறார்கள்
கண்ணுக்கினியவளோ உடையலங்காரக் காட்சிக்கேற்ற
உடல்வாகோ கொண்டவளல்ல நான்.
ஆனால், அதை அவர்களிடம் சொல்லத் தொடங்கும்போது
நான் பொய் சொல்வதாக நினைக்கிறார்கள்.
நான் சொல்கிறேன்
அது என் கைக்கெட்டும் தூரத்தில்,
என் இடுப்பின் அளவில்,
என் எழுச்சியான நடையில்,
என் உதடுகளின் சுழிப்பில் இருக்கிறது.
நான் ஒரு பெண்
அசாதாரண அளவில்.
அசாதாரணப் பெண்,
அதுதான் நான்.

அறைக்குள் நுழைகிறேன்
ஓர் ஆணிடம் போகிறேன்
அமைதியாக, தன்னம்பிக்கையுடன்.
மற்ற ஆட்கள் நிற்கிறார்கள் அல்லது
மண்டியிடுகிறார்கள்.
பிறகு என்னை மொய்க்கிறார்கள்
தேனீக்களின் கூடு.
நான் சொல்கிறேன்
அது என் கண்களின் நெருப்பில்,
என் பற்களின் பளிச்சிடலில்,
என் இடையின் அசைவில்,
என் காலடிகளின் துள்ளலில் இருக்கிறது.
நான் ஒரு பெண்
அசாதாரண அளவில்.
அசாதாரணப் பெண்,
அதுதான் நான்.

ஆண்களுமே தெரிந்துகொள்ள விரும்பினார்கள்
என்னில் காண்பது எதை என்று?
எத்தனை முயன்றும்
அவர்களால் என் அகமர்மத்தைக் காணமுடியவில்லை.
அதை நான் அவர்களுக்குக் காட்ட முயன்றால்
அப்போதும் காணமுடியவில்லை என்றே சொல்கிறார்கள்.
நான் சொல்கிறேன்
அது என் பின்புறத்தின் வளைவில்,
என் புன்னகையின் சூரிய ஒளியில், என் முலைகளின் மிதப்பில்,
என் பாணியின் நேர்த்தியில் இருக்கிறது.
நான் ஒரு பெண்
அசாதாரண அளவில்.
அசாதாரணப் பெண்,
அதுதான் நான்.

இப்போது உங்களுக்குப் புரியும்
என் தலை ஏன் தாழவில்லையென்று.
நான் கூச்சலிடுவதோ கிளர்ச்சியுற்றுக் குதிப்பதோ
கத்திப் பேசுவதோ கிடையாது.
நான் கடந்து போவதை நீங்கள் காணும்போது
அது உங்களைப் பெருமிதம் கொள்ளவைக்க வேண்டும்.
நான் சொல்கிறேன்
அது என் குதிகாலின் சடக்கொலியில்,
என் தலைமுடியின் சுருளில்,
என் கரத்தின் உள்ளங்கையில்,
என் பேணுதலின் தேவையில் இருக்கிறது.
ஏனெனில், நான் ஒரு பெண்
அசாதாரண அளவில்.
அசாதாரணப் பெண்,
அதுதான் நான்.

ஆண்கள்

முன்னும் பின்னுமாகத்
தெருவில் அலையும் ஆண்களைத்
திரைக்குப் பின்னால் நின்று கவனிப்பது
இளமையில் என் வழக்கம்.
மலிவான மது அருந்திய வீடற்ற ஆண்கள்
முதிய ஆண்கள் கடுகின் காரம்கொண்ட இளம் ஆண்கள்.
அவர்களைப் பாருங்களேன்.
ஆண்கள் எப்போதும் எங்கோ
போய்க்கொண்டே இருக்கிறார்கள்.
அங்கே இருந்தேன் என்பதை அவர்கள் அறிவார்கள்.
பதினைந்து வயதினள் நான்
அவர்களுக்கான வேட்கை கொண்டிருந்தேன்.
என் ஜன்னலுக்குக் கீழ் அவர்கள் தயங்கி நிற்பார்கள்
இளம்பெண்ணின் மதர்த்த முலைகள்போல
அவர்கள் தோள்கள்
மேல்சட்டையின் வால்புறம் அவர்கள்
பின்பகுதியில் மோத
ஆண்கள்.

ஒரு நாள் உங்களைத் தம் உள்ளங்கைகளால் பற்றுகிறார்கள்
மென்மையாக,
நீங்கள்தான் உலகின் கடைசிப் பச்சை முட்டை என்பதைப்போல.
பிறகு சற்றே இறுக்குகிறார்கள். மெதுவாகத்தான்.
முதல் பிசைவு சுகம்தான்.
விரைவான அணைப்பு.
தற்காப்பின்மைக்குள் இளகி ஆழ்கிறீர்கள்.
இன்னும் கொஞ்சம்.
வேதனை தொடங்குகிறது.
அந்த பயத்தைச் சுற்றி நழுவும்
புன்னகையைப் பிடித்து இழுக்கிறீர்கள்.
சூழல் மறைந்தவுடன்
சமையலறைத் தீக்குச்சியின் தலையைப்போல
மூர்க்கமாக உங்கள் மனம் வெடித்து ஒலிக்கிறது விரைந்து.
நொறுங்கியாயிற்று.
அவர்களின் கால்களில் வழிவது
உங்கள் ஊன் சுரப்பு.
அவர்கள் காலணிகளில் படிகிறது.
பூமி மீண்டும் தன்னைச் சரிசெய்துகொள்ளும்போது
நாக்குக்கு சுவை திரும்ப முயலும்போது
உங்கள் உடல் தடாலென மூடிக்கொள்கிறது.
நிரந்தரமாக.
சாவிகள் கிடையாது.

பின் உங்கள் மனதில்
ஜன்னல் முழுதாகத் திறந்துகொள்கிறது.
அசையும் திரைகளுக்கு அப்பால்
ஆண்கள் நடக்கிறார்கள்.
எதையோ தெரிந்துகொண்டு.
எங்கேயோ போய்க்கொண்டு.
ஆனால், இம்முறை நீங்கள் வெறுமனே
நின்று கவனித்தபடி.

ஒருவேளை.

மறுப்பு

அன்பே
வேறெந்த வாழ்வில் வேறெந்த நிலங்களில்
உன் உதடுகளை உன் கைகளை
துணிச்சலான பணிவற்ற உன் சிரிப்பை
அறிந்தேன் நான்.
அந்த இனிய மீறல்களைப் போற்றுகிறேன்.
வேறு உலகங்களில்
நாள் குறிக்கப்படாத ஏதோ எதிர்காலத்தில்
மீண்டும் சந்திப்போம் என்பதற்கு
என்ன உத்தரவாதம்.
என் உடலின் அவசரத்தை மறுதலிக்கிறேன்
இன்னுமொரு எதிர்பாராச் சந்திப்புக்கு
வாக்குறுதி இல்லையெனில்
என் நிலைதாழ்ந்து இறக்கச் சம்மதியேன்.

கொஞ்ச காலத்துக்கு மட்டுமே

அந்தக் கவலையற்ற புன்னகையோடு
எப்படியெல்லாம் நடந்து போவாய்
நீ பேசுவதைக் கேட்க விரும்பினேன்
உன் தோரணை கண்டு
மகிழ்ந்தேன் சில காலம்.

நீதான் என் தொடக்ககாலக் காதல் அணங்கு
வசந்தத்தின் விடியலைப்போலப் புதிதாக,
என்னைப் பாடத் தூண்டிய
எல்லாவற்றின் வடிவமும் நீதான்.

நினைவுகூரல் எனக்குப் பிடித்தமானதல்ல
பழையதுக்கு ஏங்குவது என் திறமல்ல
கடந்த வருடங்களுக்காக நான்
கண்ணீர் சிந்துவதில்லை
ஆனால், உண்மை என்னைச் சொல்லவைக்கிறது
நீ ஓர் அரும் முத்து
நீ ஒளிர்வதைக் காண
எப்படியெல்லாம் விரும்பினேன்
நீதான் முழுநிறைவான சிறுபெண்
அப்புறம், நீ என்னவளாக இருந்தாய்.
கொஞ்ச காலத்துக்கு.
கொஞ்ச காலத்துக்கு,
கொஞ்ச காலத்துக்கு மட்டுமே.

இரண்டாம் பகுதி

பயணித்தல்

போதையடிமையின் தள்ளாட்டம்

தோள்கள் தொய்வுற
ஊசிக்குத்தல்களின் வெட்டியிழுப்பு.
கைகள் இழுபட
தளர்ந்த பந்துக்கிண்ண மூட்டுகளில்
எலும்புகளின் மோதல்.

முழங்கால்கள் வலுவிழந்து
வழக்கமான ஆற்றல் காணாமற்போய்.
முன்போல வளைய ஒரு கோணத்தில் நிற்க
இயல்வது இல்லாமற்போய்.

துர்நாற்ற ஈறுகளில் பற்களின் ஆட்டம்
சட்டெனப் பார்க்கும் கண்கள் பட்டுப்போய்
குரங்குமதுவில் மிதக்கின்றன.

மூளை தடுமாற
ஆதாரத் தகவல்கள் அழிந்துபோயின.
அடிமைக் காலத்துக்கு முற்பட்ட
பாலைப் பயணியர்க் குழுக்களின் பாதைக்குக் கீழிருந்த
செல்வழிகள் காணாமற் போயின.

கனவுகள் தோல்வியுற
அசட்டையில் வெளிப்பட்ட அச்சங்கள்
வீடுநோக்கிய தெருக்களில் தழுவிக்கொள்கின்றன.
கொடும் பழிவாங்கலில் குரல்வளை நெரித்தல்
கொலை அதன் இனிமையான சாகசம்.

எவ்வளவு காலத்துக்கு
இந்தக் குரங்கு நடனமாடும்?

பாடம்

தொடர்ந்து இறந்துகொண்டிருக்கிறேன் திரும்பவும்.
ரத்த நாளங்கள் செயலிழக்கின்றன
தூங்கும் குழந்தைகளின் மூடிய பிஞ்சுக் கைகள்
திறப்பதைப்போல.
பழைய கல்லறைகளின் நினைவு
அழுகும் சதையும் புழுக்களும்
இந்தக் கடுஞ்செயலிலிருந்து
என்னை விலக்குவதில்லை.
காலமும் கனிவற்ற தோல்வியும்
என் முகக்கோடுகளில் ஆழ வாழ்கின்றன
அவை என் கண்களை இருளாட வைக்கின்றன
ஆனாலும் நான் தொடர்ந்து இறந்துகொண்டிருக்கிறேன்
ஏனெனில், நான் வாழ விரும்புகிறேன்.

ஊர் திரும்பிய கலிஃபோர்னியவாசி

டேவிட் P-Bக்காக

கண் பின்தொடர்கிறது
நிலம் நழுவி மேலேறி மடிந்து இறங்குகிறது
இளம் ராட்சசனின் புட்டமென உருக்கொள்கிறது.
இந்த வாகான இடத்தில்
வெள்ளை வர்ணம் பூசிப் பழுப்பாக மங்கிப்போன
பழைய வீட்டின் உலர்ந்த செங்கற்கள்
இன்னொரு நூற்றாண்டுக்குக் காத்திருக்கின்றன.

உயர்ரக மல்லிகையும் திராட்சைக் கொடிகளும்
ஆவி குடிகொண்ட நிலத்துக்கு உரிமைகொண்டாடும்
நிசப்தமான சிறுகுளங்கள்
பிள்ளைப்பிராய ரகசியங்களை முணுமுணுக்கும்.

தொல்பழம் முகங்கள் குடில்களின் உட்சுவர்களில்
மெய்சிலிர்க்கத் தோன்றுகின்றன
புராதனப் பண்ணை மாளிகைகளின்
குளிர்ந்த சுவாசத்துக்குப் பழகிப்போன அவை
பிளவுண்ட காலத்தை வெறுப்புடன் உறுத்துப் பார்க்கின்றன.

கிளர்ச்சியற்ற இந்தப் பேயுருக்களைச்
சுற்றியும் ஊடாகவும்
நடக்கிறான் அவன்
இன்ப நுகர்ச்சிச் செயல்களையும் இசையையும்
ஏராளமான நயங்களையும்
தளர்வுற்ற காற்றுவெளியிடம் கோரியபடி.

அவனுடைய அவரை வயல்கள்
பழைய ஏமாற்றை வெறுத்து ஒதுக்குகின்றன
விரைந்த ஊக்கத்துடன் கசகசாச் செடிகள்
இன்பக் களியாட்டத்தில் அசைந்தாடுகின்றன.
ஒவ்வொரு நாளும் வெடித்துத் தோன்றுகிறது
மறைந்த பெரும் ஓவியர்களின் சித்திரங்களில் உறைந்துபோன
நேர்த்தியான தகப்பன்களின்
கூர்ந்த பார்வைக்கு ஆட்பட்டு.
அஞ்சாத சூரிய ஒளி அவர்கள் காலடியில்
தன் எதிர்ப்பைப் படரவிடுகிறது

இக்கவிதை, வரலாற்றின் உணர்ச்சியின்மைக்கும் தனி மனிதனின் மனக்கிளர்ச்சிக்கும் இடையே உருவாகும் பூசல் தொடர்பானதாகப் பார்க்கப்படுகிறது.

என்னுடைய ஆர்கன்சா*

ஆர்கன்சாவில் ஆழ்ந்த சோகச் சிந்தனை.
பழைய குற்றங்கள்
உறுதியற்ற போப்ளர் மரத்திலிருந்து
தொங்கும் பாசியாக.
சிடுசிடுக்கும் பூமியின்
மிகையான சிவப்பு
மனநிம்மதிக்குத் தோதில்லை.

தயங்கிய
அந்த நொடியில் சூரிய உதயம்
தன் பிரகாசமான நோக்கத்தை இழக்கிறது
நண்பகலைவிட அந்தி
அதிகம் சுற்றிச் சூழ்வதில்லை
கடந்தகாலம் இன்னும்கூட பிரகாசமாக உள்ளது.

பழைய வெறுப்புகளும்
போருக்கு** முன்னவையும் பின்னிக்கொள்கின்றன
அவை பிரித்தெறியப்படுகின்றன
ஆனால் கைவிடப்படுவதில்லை.
ஆர்கன்சாவில் இன்னும் இன்று வரவில்லை
அது வேதனையில் நெளிகிறது.
சோகச் சிந்தனையின்
வெறுப்பூட்டும் அலைகளில்
அது நெளிகிறது.

---

* Arkansas. (இந்த ஆங்கில வார்த்தையின் கடைசியில் உள்ள S உச்சரிக்கப்படுவதில்லை) மாயா ஆஞ்சலு, குழந்தைப் பருவத்தில் தன் பாட்டியிடம் வளர்ந்த ஸ்டாம்பஸ் என்ற ஊர் உள்ள மாநிலம்.

** அமெரிக்க உள்நாட்டுப் போர்.

நகர மையத்தின் ஊடாகப் புறநகர்க்கு

புகைக்கரி ஜன்னல்கள், வியப்பு
இரண்டின் பாதுகாப்பில்
அது சுவையாக உள்ளது.
நிறுவனத் தயாரிப்புக் கேக்கிலிருந்து திருடிய
அலங்கார மேல்பூச்சு.

மக்கள். கருப்பாக விரைவாக.
கோடைக்காலத் தெருவில் சிதறிய
தர்ப்பூசணி விதைகள்.
பழக்கப்பட்ட நடைமுறையில்
அசட்டு இளிப்பு
ஆடம்பரத்தில் புதுப்பாணி.

மெதுவாக நகரும் ரயிலில்
அவர்கள் அரிதானவர்கள்.
களவாடிய ரத்தினங்கள்
விற்கப்படமுடியாதவை விலைமதிப்பற்றவை.
மங்கலான மேடுபள்ளங்கள்
வன இரவுகளின் வியர்வை
ஈரம் நிரம்பிய நடனம்
கருப்புத் தொடைகளின்
சிலிர்ப்பூட்டும் ரகசியங்கள்.

சட்டமிடப்பட்ட துல்லியமான காட்சிகள்
ஜன்னல்வழி தோன்றும்
ஒதுக்குப்புறத் தண்டவாளங்களுக்கு
அப்பால் நகர்வதில்லை.
உணர்ச்சிவேகக் கொண்டாட்டம்:
உடை மாற்றும் அறையில்
பாலியல் கதைகள் இணைகின்றன
ஈரத் துண்டுகளின் அடிகளோடும்
கழிவறைக் கலத்தின் இருக்கைகளோடும்.
அரசியல்வாதிப் பெற்றோரின்
வழக்கமானப் பேச்சு: "அவர்களுக்கு வேண்டும்
காலணிகளும் பெண்குறிகளும்
இதமான தட்பவெப்பத்தில் ஒரு கழிப்பிடமும்.
ஒரு கருப்பு ஆயாவை வேலைக்கு . . ."

பசும் புல்வெளிகளை இரட்டைக் கார் நிறுத்துமிடங்களை
திகிலூட்டும் வீடுகளின் சிடுசிடுக்கும் பெண்களை
நோக்கிப்போன ரயில் நிலைகொள்கிறது
தனக்கென ஒதுக்கப்பட்ட தண்டவாளங்களில்.
கருப்பு உருவங்களை நடனமாடவும் இளிக்கவும்
இறக்கிவிட்டு.
இன்னும் இளித்துக்கொண்டிருக்க.

சீமாட்டிகளின் பகலுணவு மன்றம்

அந்த அம்மையாரின் ஆலோசனை ஏற்றுக்கொள்ளப்பட்டது:
காலம் கவலைக்குரியதாக உள்ளது.
அவர்களைச் சிந்திக்கவைக்க ஒரு ஆண் தேவைப்படுகிறார்,
சில்லறை செலவினக் கணக்கிலிருந்து
அவருக்குப் பணம் கொடுத்துவிடலாம்.

நம் பெண்மணி தன் தங்கக் கடிகாரத்தைப் பார்த்தார்;
பேச்சாளர் விமானத்தைப் பிடிக்க வேண்டியிருந்தது,
உணவுக்குப் பிறகான இனிப்பு பரிமாறப்பட்டது (உரிய நேரத்தில்).

உரையாளர் சாய்ந்து நிற்கிறார்,
தலையையும் கழுத்தையும் மார்பையும்
முன்னோக்கி உந்துகிறார்
விரிந்த கைகள் மேடையின் சாய்வு மேஜை மேல் இருக்க.
தன் செல்லப் பிராணியை ஒருவர் அழைப்பதுபோல
தன் நேர்மையை வரவழைத்துக்கொள்கிறார்.

பெண்பாலரின் அடக்கவியலா சீற்றத்தை
ஏவாளின் கடுங்காமத்தை
டிலைலாவின் வஞ்சகமான ஏமாற்றைப்
புரிந்துகொள்கிறார்.

நம் பெண்மணி யோசிக்கிறார்:
(இந்த கேக் அபரிமிதமாக இனிக்கிறது.)

இளமையான மரணத்துக்கும் பத்து வயது வல்லுறவுக்கும்
மிகையாக நீட்டப்பட்ட ஆன்மாவின் கொலைக்கும் வருந்துகிறார்.
நம் பெண்மணி கவனிக்கிறார்:
(இந்தக் காப்பி அபரிமிதமான திடத்துடன் இருக்கிறது.)
காலை நேரங்கள் எவ்வித ஒளிமிக்க நிம்மதியையும்
உறுதியளிக்காத நிலையில்
வைன், அலைந்து திரிதல் இரண்டின்
வேலையற்ற தெருக்கள்.

கைதட்டிய அப்பெண்மணி தன் குறிப்பேட்டில் எழுதுகிறார்:
(அடுத்த முறை பேச்சாளர் சுருக்கமாகப் பேச வேண்டும்.)

அம்மாவின் சமூகநல உதவிப் பதிவேடு

சைகை காட்டுவதைப் போன்ற
அவள் கொழுத்த கைகள் தடித்த முக்கோணங்களாக
பன்றிக் கொழுப்பும் பட்டர் பீன்ஸும் உணவானதால்
வருடக் கணக்கில் எலும்புகள் சோம்பியிருக்கும்
திரட்சியான இடுப்பில் பதிந்திருக்க.
திரும்பத் திரும்பச் சாட்டப்படும்
குற்றங்களால் அவள் பருத்த கன்னங்கள் நடுங்குகின்றன.
குழந்தைப்பருவப் பொம்மைகளுக்கு
அவள் குழந்தைகள் அந்நியமானவர்கள்
இருண்ட வாயில்களிலும் மொட்டைமாடியிலும்
ஓடிப்பிடித்து விளையாடும் அவர்கள்
அடுத்தவர் நிலத்தின் வழுக்கலான உணர்வை அறிவார்கள்.

பரத்தையாக இருக்க இயலாத பருமன்,
பணி செய்வதைத் தடுக்கும் மனநலமின்மை,
அதிர்ஷ்ட அறிகுறி தென்படுகிறதா என
கனவுகளைத் தேடுகிறாள்
வெறுங்கையோடு அதிகார இனத்தாரின்
குகைக்குள் நுழைகிறாள் தன் பாகத்துக்காக.
"அவர்கள் எனக்கு சமூகநல உதவிப்பணம் தருவதில்லை
நானே அதை எடுத்துக்கொள்கிறேன்."

பாடகர் பாடப்போவதில்லை

A.L.க்காக

அருள் வழங்கப்பட்டது. பயன்படுத்தப்படவில்லை,
தேவதைகள் யாரும் வாக்குக் கொடுக்கவில்லை
பாலியல் செயலற்ற தம் பின்னால்
கிளர்ச்சி தராத பொய்களைச் சிறகுகள் படபடக்க.
எந்த எக்காளமும் பெரும் புகழின்
முன்னறிவுப்புகளைச் செய்யவில்லை.
இருந்தும் அவள் இறுகிய தொண்டையில்
பண்ணிசைகள் காத்திருந்தன.
அமைதியாக்கப்பட்ட அவள் நாக்கில்
புதிய சுரங்கள் பிறப்பை எதிர்பார்த்துக் காத்திருந்தன.

அவள் உதடுகள் உயர்ந்தும் உருண்டு திரண்டும் இருந்தன.
ஊதாநிற இரவுப் பறவைகள்
நெருங்கி அமர்ந்திருந்தன கதகதப்புக்காக.
தைக்கப்பட்ட வாய், குரலற்று,
அந்த சிவப்பாக்கப்பட்ட சுவர்களுக்கு அப்பால்
ஓசைகள் எழுவதில்லை.

அவள் மிகத்தாமதமாக, தனியாக
இந்த இடத்துக்கு வந்தாள்.

வில்லீ*

புகழில்லா மனிதர் வில்லீ
அவர் பெயரை யாரும் கேட்டிருக்க இயலாது.
முடமாகி எப்போதும் நொண்டி நடந்த அவர்
"குறை இருந்தும் நகர்கிறேன் தொடர்ந்து
எப்போதும்" என்றார்.

தனிமை அவர் தலையின் எண்ணப்போக்கு
வெறுமை அவர் படுக்கையின் பங்காளி
அவர் நடைப்பாங்கில் எதிரொலித்தது துயரம்
"தலைவர்கள் காட்டிய வழியில் நடந்தேன்" என்றார்.

நான் அழலாம் நான் இறந்துபோவேன்
ஆனால் என் உள்ளுரு ஒவ்வொரு வசந்தத்தின் ஆன்மாதான்.
கவனித்துப் பாருங்கள்
குழந்தைகளின் பாடல்களில் நான் இருப்பதைக் காண்பீர்கள்.

'மாமா", "பையா", "ஏய்", என்று அழைத்தார்கள் அவரை
"இந்த நாளை உன்னால் உயிருடன் தாண்ட முடியாது"
என்று சொல்லிவிட்டுக் காத்திருந்தார்கள்
அவர் என்ன சொல்வாரென்று கேட்க.
"குழந்தைகளின் விளையாட்டுகளில் வாழ்கிறேன் நான்" என்றார்.

---

* மாயா ஆஞ்சலுவின் சிற்றப்பா.

"என் உறக்கத்தில் நீங்கள் உள்நுழையலாம்
என் கனவுகளை நிறைக்கலாம்
என் அதிகாலை சாந்தத்தை அச்சுறுத்தலாம்
ஆனால் நான் தொடர்ந்து வருகிறேன் இயங்குகிறேன் சிரிக்கிறேன்
கோடைத் தென்றலைப்போல.

"எனக்காகக் காத்திருங்கள் என்னைக் கவனித்துப் பாருங்கள்
விரிந்த கடலின் அலைபாய்வு என் உள்ளுரு
என்னைத் தேடுங்கள் என்னைப்பற்றி விசாரியுங்கள்
இலையுதிர்கால இலைகளின் சலசலப்பு நான்.

"சூரியன் எழும்போது நானே காலம்
குழந்தைகள் பாடும்போது நானே சந்தம்."

குழந்தையை அடிப்பது கொடியதே

தளிர் உடல், குளிர்கால சூரியனைப் போன்ற மென்மை
புதிய விதையின் பிளந்து தோன்றும் நம்பிக்கை
அதன் எதிர்காலத்தின் மேல்
மௌனத்தின் மென்கயிற்றில் தொங்கவிடப்பட்டு.
(தேர்ந்தெடுக்கும் வாய்ப்பு ஒருபோதும் தெரியவந்ததில்லை.)
பசி, புதிய கைகள், அந்நியக் குரல்கள்,
அதன் அழுகை இயல்பாக வந்தது, கடுந்துயரில்.

அப்பாவித்தனத்தில் நீர் கொதித்தது,
மகிழ்ச்சியுடன் மலிவான பானையில்.
குழந்தை தன் ஆர்வத்தைக் கொடுத்து
திகிலை வாங்கிக்கொண்டது.
தோல் பின்னுக்கு இழுத்துக்கொள்ள
சதை விட்டுக்கொடுத்தது.

இப்போது, நினைவில் இல்லாத பசிக்கும்
அந்நியக் கைகளின் அமைதிக்கும் அப்பால்
நொறுங்கிய காற்றின் சில்லுகளை
அழுகைகள் உண்டாக்குகின்றன.

ஒரு தளிர் உடல் மிதக்கிறது.
அமைதியாக.

வேலைக்காரி

குழந்தைகளைப் பராமரிக்க வேண்டும்
உடைகளின் பொத்தல்களைத் தைக்க வேண்டும்
தரையைத் தேய்த்துக் கழுவ வேண்டும்
கடையில் உணவை வாங்க வேண்டும்
அப்புறம் கோழிக்கறியைப் பொரிக்க வேண்டும்
சிசுவைத் தூய்மையாக்க வேண்டும்
விருந்தினர்களுக்குப் பரிமாற வேண்டும்
தோட்டக் களையை அகற்ற வேண்டும்
சட்டைகளுக்கு இஸ்திரி போட வேண்டும்
சிறுகுழந்தைகளுக்கு உடை அணிவிக்க வேண்டும்
பிரம்புகளை வெட்ட வேண்டும்
இந்தக் குடிலைச் சுத்தம் செய்ய வேண்டும்
நோயுற்றவரைக் கவனிக்க வேண்டும்
பிறகு பருத்தியைப் பறிக்க வேண்டும்.

சூரிய ஒளியே என்மீது சுடர்விடுக
மழையே என்மீது மென்மையாகப் பொழிக
பனித்துளிகளே என் நெற்றியை மீண்டும் குளிர்வியுங்கள்.

புயலே உன் மூர்க்கமான காற்றால்
என்னை இங்கிருந்து அகற்றிவிடு
வான்பரப்பில் நான் மிதக்கிறேன்
மீண்டும் ஓய்வெடுக்க இயலும்வரை.
பனித்திவலைகளே குளிர்ந்த வெண்முத்தங்களால்
என்னை மூடுங்கள்
இன்றிரவு நான் ஓய்வெடுக்கிறேன்.

சூரியன், மழை, வளைந்த வானம்,
மலை, கடல், இலை, கல்,
நட்சத்திரச் சுடர், நிலவின் அழகொளி
உங்களை மட்டுமே என்னுடையவையாக
நான் உரிமை கொண்டாட முடியும்.

இன்னுமொரு சுற்று

நிறைவாக முடிந்த வேலைக்குப் பின் கிடைக்கும்
ஓய்வைவிட இனிமையானது வேறொன்றுமில்லை உலகில்.
என் கல்லறைவரை உழைக்கப் பிறந்தேன் நான்
அடிமையாக ஆவதற்கல்ல.

இன்னுமொரு சுற்று
அந்தச் சுமையை இழுத்து இறக்குவோம்
இன்னுமொரு சுற்று
அந்தச் சுமையை இழுத்து இறக்குவோம்.

துளையிடும் கருவியைச் சம்மட்டியால்
அடித்து இறக்கினார் அப்பா
காவல்காத்தார் அம்மா
வேலை கடினமென்று அவர்கள் கத்திப் புலம்பியதில்லை
தங்கள் கல்லறைகள்வரை உழைக்கப் பிறந்தவர்கள் அவர்கள்
அடிமைகளாக உழைத்துச் சோரப் பிறந்தவர்கள் அல்ல.

இன்னுமொரு சுற்று
அந்தச் சுமையை இழுத்து இறக்குவோம்
இன்னுமொரு சுற்று
அந்தச் சுமையை இழுத்து இறக்குவோம்

சகோதர சகோதரிகள் அறிவார் அன்றாட வேலையின் சலிப்பை
அவர்கள் மன நலம் இழந்தது உழைப்பால் மட்டுமே அல்ல
கல்லறைகள்வரை உழைக்கப் பிறந்தவர்கள் அவர்கள்
அடிமைகளாக உழைத்து ஓய அல்ல.

இன்னுமொரு சுற்று
அந்தச் சுமையை இழுத்து இறக்குவோம்
இன்னுமொரு சுற்று
அந்தச் சுமையை இழுத்து இறக்குவோம்.

வெற்றிக்கான என் விதியை இப்போது உங்களுக்குச் சொல்வேன்
நான் உழைக்கப் பிறந்தேன், கழுதையாகப் பொதி சுமக்க அல்ல
கல்லறைவரை உழைக்கப் பிறந்தேன்
அடிமையாக ஆவதற்கல்ல.

இன்னுமொரு சுற்று
அதை இழுத்துத் தள்ளுவோம்
இன்னுமொரு சுற்று
அதை இழுத்துத் தள்ளுவோம்.

பயணி

கிளைச்சாலைகள் கடந்துபோனவை
நீண்ட தனித்த இரவுகள்
சூரியக் கதிர்கள் கடல் அலைகள்
நட்சத்திரம் கல்

மனிதனற்று நட்பற்று
என் வீடாக ஒரு குகையுமில்லை
இதுதான் என் துயரம்
நீண்ட இரவுகள், தனித்து.

சுற்றம்

பெய்லிக்கு*

முதல் பனி பெய்ததற்கும்
கலங்கிய நதி
வானில் மேகங்களை விதைப்பதற்கும் முன்பே
நாம் பின்னிப் பிணைந்திருந்தோம்!
ஓர் ஆதி வனம்
அடர் கருப்பு நிற மனிதர்கள் அம்மணமாக ஓடி
ஷீபா**, ஏவாள், லிலித்தின்***
கிளர்ச்சிமிக்க தழுவல்களுக்குள் விழுந்தார்கள்.
நான் உன் சகோதரி.

அந்நியர்களை வலிந்து சகோதரப் பதிலிகளாக்கிவிட்டு
என்னிலிருந்து நீங்கினாய்
அவர்கள் செலுத்த வேண்டியிராத, கொடுக்க முடியாத
வரிப்பணத்தை வற்புறுத்திப் பெற.

அழிவில் பிறப்பின் வித்து இருக்கிறது
என்றெண்ணி நீ போரிட்டாய் இறக்க.
நீ எண்ணியது சரியாக இருக்கலாம்.

---

* மாயா ஆஞ்சலுவின் அண்ணன். பெய்லி (Bailey).

** ஷீபா என்ற அராபியப் பகுதியின் (ஏமன் என்று சொல்லப்படுகிறது) அரசி அந்தப் பெயராலேயே அறியப்படுகிறாள். விவிலியத்திலும் குரானிலும் இடம்பெறுபவள். அரசன் சாலமனின் ஞானத்தைப் பற்றிக் கேள்விப்பட்டு அவனைச் சந்திக்க ஏராளமான மதிப்புமிக்க பரிசுப் பொருட்களோடு வந்தவள். சாலமனைச் சோதித்து அவன் ஞானம் கண்டு ஆச்சரியப்படுகிறாள். சாலமனும் அவளுக்குப் பல்வேறு பொருட்களைப் பரிசாகத் தருகிறான். (பழைய ஏற்பாடு. 1. இராஜாக்கள். 10: 1–13.)

***லிலித்: யூத, மெசபடோமியப் புராணங்களில் இடம்பெறும் முதல் பெண் பேயுரு. ஆதாமின் முதல் மனைவி என்றும் நம்பப்படுபவள். அவனுக்குக் கீழ்ப்படியாததால் ஈடன் தோட்டத்திலிருந்து துரத்தப்பட்டவளாம்.

தென்புறக் காடுகளில் மௌனமாக நடந்ததையும்
வயது வந்தவர்களின் பேரார்வப் பெரிய காதுகளை
நம் உரையாடலின் அர்த்தம் சேராமல் தடுக்க
மென்குரலில் நிறையப் பேசியதையும்
நான் நினைவுகூர்வேன்.

நீ செய்தது சரியாக இருக்கலாம்.
அச்சமூட்டும் பகுதிகளிலிருந்தும்
ரத்த ஓலங்களிலிருந்தும்
நீ மெதுவாகத் திரும்புவது
என் இதயத்தை விரைவேகத்தில் இயக்குகிறது.
குழந்தைகள் சிரிப்பதைத்
திரும்பவும் கேட்கிறேன்,
ஆர்கன்சாவின் அந்தியில்
மின்மினிகள் பிளக்கும் சிறு வெடிப்பைக் கேட்கிறேன்.

அந்த நினைவு

பருத்திச்செடி வரிசைகள்
உலகில் குறுக்குமறுக்காக
ஏக்கத்தின் மிகச் சோர்வான இரவுகள்
கூர்தீட்டும் வாரின்மீது இறங்கிய மின்னல்
என் உடல் முழுக்க எரிகிறது.

கடவுளை கரும்பு எட்டித் தொடுகிறது
எல்லாக் குழந்தைகளும் அழுகின்றன
என் இரவின் போர்வையை நாணமுறச் செய்கின்றன
என் எல்லா நாள்களும் இறந்துகொண்டிருக்கின்றன.

மூன்றாம் பகுதி

என்றாலும் நான் எழுகிறேன்

என்றாலும் நான் எழுகிறேன்

கசப்பான, திரிக்கப்பட்ட உங்கள் பொய்களோடு
வரலாற்றில் என்னை நீங்கள் குறிக்கலாம்
புழுதியில் தள்ளி என்மீது நீங்கள் நடக்கலாம்
என்றாலும், நான் எழுவேன் தூசியைப்போல,

என் தன்னம்பிக்கை உங்களை நிலைகுலைக்கிறதா?
ஏன் மனவாட்டத்துக்கு ஆட்பட்டுள்ளீர்கள்?
பீச்சியடிக்கும் எண்ணெய்க் கிணறுகளை
என் கூடத்தில் நான் வைத்திருப்பதைப்போல
நான் நடந்துபோவதாலா?

சந்திர சூரியர்போல,
கடலின் ஏற்ற இறக்க நிகழ்வின் உறுதிப்பாட்டோடு,
நம்பிக்கை துள்ளி உயர எழுவதைப்போல
இனியும் நான் எழுவேன்.

தாழ்ந்த தலையுடன், கீழ்நோக்கிய கண்களுடன்
இடிந்துபோய் நான் நிற்பதைப் பார்க்க விரும்புகிறீர்களா?
உணர்ச்சிமிக்க அழுகைகளால் பலவீனப்பட்ட
என் தோள்கள் கண்ணீர்த்துளிகளைப்போல கீழ்நோக்கிச் சரிவதை?

என் இறுமாப்பு உங்களை நோகச் செய்கிறதா?
அதை அத்தனை கடுமையாக மனம் கொள்ளாதீர்கள்.
என் கொல்லைப் புறத்தில் எனக்குச் சொந்தமான
தங்கச் சுரங்கங்கள் தோண்டப்படுவதைப்போல
நான் சிரிப்பதாலா?

உங்கள் வார்த்தையால் என்னை நீங்கள் சுடலாம்,
உங்கள் கண்களால் என்னை நீங்கள் வெட்டலாம்,
உங்கள் வெறுப்பால் என்னை நீங்கள் கொல்லலாம்
என்றாலும் நான் எழுவேன் காற்றைப்போல.

என் பாலியல் கவர்ச்சி உங்களை நிலைகுலைக்கிறதா?
என் தொடைகளின் சந்திப்பில் வைரங்களை வைத்திருப்பவள்போல
நான் நடனமாடுவதைக் கண்டு
திகைத்துப்போகிறீர்களா?

வரலாற்றின் அவமான க் குடில்களிலிருந்து
நான் எழுகிறேன்
துயரத்தில் வேர்கொண்ட கடந்த காலத்திலிருந்து
நான் மீண்டெழுகிறேன்
நானொரு கருப்புப் பெருங்கடல்
பாய்ந்து துள்ளும் பரந்தகன்ற பெருங்கடல்
பொங்கிப் பெருகும் அதன் ஏற்ற இறக்கத்தை
நிலைகுலையாமல் ஏற்று நடக்கிறேன்.

திகிலும் அச்சமும் தரும் இரவுகளைக் கடந்து மேற்சென்று
நான் எழுகிறேன்
வியக்கவைக்கும் தெளிவான வைகறையில்
நான் எழுகிறேன்
என் மூதாதையர் தந்த பரிசுகளை
எடுத்து வருகிறேன்
அடிமையின் கனவும் நம்பிக்கையும் நான்
நான் எழுகிறேன்
நான் எழுகிறேன்
நான் எழுகிறேன்.

அது மோசமல்லவா?

கோழி நடனம் ஆடிக்கொண்டு
விலா எலும்புப் பகுதிகளைத் தின்றுகொண்டு
புத்தம் புதிய ஒலிகளுக்கு நடனமாடிக்கொண்டு
ஜின்னை சிறுகச் சிறுகக் குடித்துக்கொண்டு.

தலைத் துண்டைக் கீழே வைத்துவிட்டு
முரட்டுத் தலைமுடியை இறுகக் கட்டி
கருப்புநிற ஆடை அணிந்து
நான் பிரகாசித்து ஒளிரவில்லையா?

ஸ்டெவீ ஒண்டரைக்* கேட்டு ரசித்து
பீன்ஸையும் அரிசியையும் சமைத்து
இசைநாடகத்துக்குப் போய்
லியன்டீன் பிரைஸ்** பாடுவதைக் கேட்டு மகிழ்ந்து.

---

*   Stevland Hardaway Morris. (1950 –). தொழில் ரீதியாக ஸ்டெவீ ஒண்டர் என்று அறியப்படுபவர். பாடகர், பாடலாசிரியர். ஜாஸ், பாப், புளூஸ், காஸ்பெல் போன்ற பல பாணிகளையும் கையாண்டவர்.

** Leontyne Price. (1927 –). இசைநாடகப் பாடகி. ஒரு பெண்ணுக்குச் சாத்தியப்படும் அதி உச்ச ஸ்வரஸ்தானத்தில் பாடுவதில் புகழ் பெற்றவர்.

கீழே இறங்குங்கள், ஜெஸி ஜேக்ஸன்***
தொடர்ந்து ஆடுங்கள், ஆல்வின் எய்லி****
பேசுங்கள், மிஸ் பார்பரா ஜோர்டன்*****
ஆடிப் பாடுங்கள், மிஸ் பேர்லி பெய்லி.******

இப்போது அவர்கள் மோசமல்லவா?
அப்புறம் அவர்கள் கருப்பர்களல்லவா?
அப்புறம் அவர்கள் கருப்பர்களல்லவா?
அப்புறம் அவர்கள் மோசமல்லவா?
அப்புறம் அவர்கள் மோசமல்லவா?
அப்புறம் அவர்கள் கருப்பர்களல்லவா?
அப்புறம் அவர்கள் அழகானவர்களல்லவா?

உன் அன்புக்குரியவர் உன்னை நெருங்கி வளைந்து நெளியும்
இரவு நேரத்தைப் போன்ற கருமை
தேசங்களைப் பிறப்பித்த பூமியைப் போன்ற கருமை
எல்லாமும் போன பிறகும் நின்று வாழும்.

மகிழ்ந்து பெறத்தக்க மழையைக் கொண்டுவர
வெகுண்டெழுந்து வானில் பாயும் புயலைப்போல மோசம்
மீண்டும் நீரை மேலே கொண்டுசெல்லும்
கருக்கும் பகல்நேர ஆரஞ்சுச் சூரியனைப்போல மோசம்.

*** Jesse Jackson (1941) மதகுரு, அரசியல்வாதி. 1984–ல் குடியரசுத் தலைவர் பதவிக்கான வேட்பாளர் நிலைக்கு ஜனநாயகக் கட்சிக்குள் போட்டியிட்டவர். கருப்பர் இயக்கத்தை வர்க்கப் போராட்டமாக மாற்ற முயன்று முரண்பாடுகளில் அகப்பட்டவர்.

**** Alvin Ailey (1931–89). நடனக் கலைஞர், நடன அமைப்பாளர், நாடகம், நவீன நடனம், பாலே, ஜாஸ் போன்றவற்றின் கலவையான வடிவத்தில் கருப்பர்களின் வாழ்க்கையைச் சித்திரித்தவர். மாயா ஆஞ்சலு இவருடன் இணைந்து சில நிகழ்ச்சிகளை நடத்தினார்.

***** Miss Barbara Jordan (1936–96). வழக்கறிஞர், கல்வியாளர், அரசியல்வாதி. டெக்ஸாஸ் செனட்டுக்கும் அமெரிக்கப் பிரதிநிதிகள் சபைக்கும் தேர்ந்தெடுக்கப்பட்ட முதல் கருப்பினப் பெண்.

****** Miss Pearlie Bailey (1918– 1990). நடிகர், பாடகர், எழுத்தாளர். ஐக்கிய நாடுகள் சபையில் அமெரிக்காவின் பிரத்தியேகப் பிரதிநிதியாக ஜெரால்டு ஃபோர்டால் நியமிக்கப்பட்டவர். சுயசரிதையும் கல்வி, விழுமியங்கள் தொடர்பான நூலையும் எழுதியுள்ளார்.

டென்னிஸ் திடலில் ஆர்தர் ஆஷ்
குத்துச்சண்டை வட்டரங்கில் முகமது அலி
கருப்பர்கள் ஆந்ரே வாட்ஸும்******* ஆண்ட்ரூ யங்கும்********
அவரவர் பணியைச் செய்ய.

ஊதாக்களிலும் இளஞ்சிவப்புகளிலும் பச்சைகளிலும்
ஆடை அணிந்து
ரம், கோக்கைப்போல விசித்திர நிறங்களில்
கண்ணைப் பறிக்கும் ஒப்பனைப் பாணியில் வாழும் நாங்கள்
வண்ணமயமான ஆட்களல்லவா?

இப்போது நாங்கள் மோசமானவர்களல்லவா?
அப்புறம் நாங்கள் கருப்பர்களல்லவா?
அப்புறம் நாங்கள் கருப்பர்களல்லவா?
அப்புறம் நாங்கள் மோசமானவர்களல்லவா?
அப்புறம் நாங்கள் மோசமானவர்களல்லவா?
அப்புறம் நாங்கள் கருப்பர்களல்லவா?
அப்புறம் நாங்கள் அழகானவர்களல்லவா?

******* Andre Watts (1946). அம்மா ஹங்கேரியர், அப்பா ஆப்பிரிக்க அமெரிக்கர். உலகப் புகழ்பெற்ற பியானோ கலைஞர். இசைப் பேராசிரியர். ஓரிரு அறுவை சிகிச்சைகளால் கைகளை இயக்குவதில் பிரச்சனை உண்டானாலும் அதை வென்று நிகழ்ச்சிகளை நடத்தியிருக்கிறார். ஒரு சீசனில் 150 கச்சேரிகள்போல நடத்துவாராம்.

******** Andrew Young (1932). அரசியல்வாதி, குடிமை உரிமை இயக்கச் செயற்பாட்டாளர். மார்ட்டின் லூதர் கிங்குக்கு நெருக்கமாக இருந்தவர். ஐக்கிய நாடுகள் சபையில் அமெரிக்காவின் தூதராக ஜிம்மி கார்ட்டரால் நியமிக்கப்பட்டவர்.

வாழ்க்கை என்னை அச்சுறுத்துவதில்லை

சுவரில் நிழல்கள்
கீழே கூடத்தில் கூச்சல்கள்
வாழ்க்கை என்னை அச்சுறுத்துவதே இல்லை
உரக்கக் குரைக்கும் கெட்ட நாய்கள்
மேகத்தில் பேயுருக்கள்
வாழ்க்கை என்னை அச்சுறுத்துவதே இல்லை.

அற்பமான முதிய அம்மா வாத்து
சுதந்திரமாகத் திரியும் சிங்கங்கள்
அவை என்னை அச்சுறுத்துவதே இல்லை
என் படுக்கை விரிப்பில்
தீயை மூச்சாக வெளிவிடும் டிராகன்கள்
அவை என்னை அச்சுறுத்துவதே இல்லை.

என் வெறுப்பைக் காட்ட "பூ" என்று கத்தி
"சூ போ" என்று விரட்டுவேன்
அவை ஓடும் விதத்தைக் கிண்டல் செய்வேன்
நான் அழமாட்டேன்
அதனால் அவை பறந்தோடும்
நான் வெறுமனே புன்னகைக்கிறேன்
அவையோ கண்மூடித்தனமாக ஓடுகின்றன
வாழ்க்கை என்னை அச்சுறுத்துவதே இல்லை.

இரவில் தனித்து
போக்கிரிகள் சண்டையிடுகிறார்கள்
வாழ்க்கை என்னை அச்சுறுத்துவதே இல்லை
வனவிலங்குப் பூங்காவில் சிறுத்தைகள்
இருட்டில் அந்நியர்கள்
இல்லை, அவர்கள் என்னை அச்சுறுத்துவதே இல்லை.

புதிய வகுப்பறையில்
எல்லாப் பையன்களும் என் முடியைப் பிடித்து
இழுக்கிறார்கள்
(அன்பைக் காட்டும் அழகான சிறுமிகள்
சுருள்முடியோடு)
அவர்கள் என்னை அச்சுறுத்துவதே இல்லை.

தவளைகளையும் பாம்புகளையும் எனக்குக் காட்டி
நான் அலறுவதைக் கேட்க நினைக்காதீர்கள்
அப்படியே நான் அஞ்சினாலும்
அது என் கனவுகளில் மட்டும்தான்.

என்னிடம் ஒரு மந்திரத் தாயத்து உண்டு
அதை ரகசியமாக வைத்திருக்கிறேன்,
பெருங்கடலின் தரையில் என்னால் நடக்க முடியம்
அப்போது சுவாசிக்கத் தேவையும் இல்லை.

வாழ்க்கை என்னை அச்சுறுத்துவதே இல்லை
இல்லவே இல்லை
இல்லவே இல்லை.
வாழ்க்கை என்னை அச்சுறுத்துவதே இல்லை.

முட்டிமோதி முட்டிமோதி

கண்ணாமூச்சி போன்ற விளையாட்டில்
என்னை ஈடுபடுத்து
என் கண்களை அறியாமை கொண்டு குருடாக்கு
முட்டிமோதி முட்டிமோதி.

என் மது போத்தல் விவரக் குறிப்பிலிருந்தோ
மலிவுவிலைக் கடையில் வாங்கிய கரண்டி மூலமோ
போதையடிமையின் தடுமாறும் விரைவு நடனம் மூலமோ
என் வாழ்க்கையைச் சொல்
முட்டிமோதி முட்டிமோதி.

ஈரல் உதடுகள் பள்ளிக்கூடப்பை வாய்
என்று ஏதோ சொல்லி என்னை அழைக்கும்
தீங்கான தெற்கு
முட்டிமோதி முட்டிமோதி.

உன் பெரும் பாவங்களுக்கும் என் சிறு பொய்களுக்கும்
கண்ணைமூடித் தூங்குவது போல பாசாங்கு செய்வேன்
அப்படித்தான் என் தேசத்தின் பரிசைப் பங்கிடுகிறேன்
முட்டிமோதி முட்டிமோதி.

சமூகநல உதவி வரிசையில் நான் கடைசியில் இருக்கலாம்
சூரியன் ஒளிராத விளிம்புக்குக் கீழ்
ஆனால் மேலெழும் வேட்கை அகலவில்லை என் மனதில்
முட்டிமோதி முட்டிமோதி.

முதுமையடைதல் குறித்து

அலமாரியில் வைத்த பையைப்போல
அமைதியாக நான் அமர்ந்திருப்பதை நீ பார்த்து
உன் வெற்றுப்பேச்சை விரும்புகிறேன்
என்று எண்ணாதே.
என்னையே நான் உற்றுக் கேட்கிறேன்.
நிறுத்து! நில்! எனக்காக வருந்தாதே!
நிறுத்து! உன் அனுதாபத்தை நிறுத்து!
உனக்குப் புரிதல் இருந்தால் சரி
இல்லையென்றால் அது இல்லாமலேயே சமாளிப்பேன்.

என் எலும்புகள் இறுகி வலிக்கும்போது
படிக்கட்டில் என் பாதங்களால் ஏற முடியாதபோது
ஒரே ஒரு உதவியைக் கேட்பேன்:
ஆடும் நாற்காலியைக் கொண்டுவராதே.

நான் நடக்கும்போது இடறும்போது
கூர்ந்து பார்த்துத் தப்பாகப் புரிந்துகொள்ளாதே.
ஏனெனில், சோர்வு என்பது சோம்பேறித்தனம் அல்ல
விடைபெறல் என்பது இல்லாமல் போவதல்ல.
முன்பிருந்த அதே நபர்தான் நான்,
கொஞ்சம் முடி குறைந்து கொஞ்சம் பலவீனமாக,
நுரையீரல்கள் அதிகம் வலுவிழந்து சுவாசம் மிகத் தாழ்ந்து.
ஆனால், இன்னும் மூச்சிழுக்க முடிகிறதென்றால்
நான் அதிர்ஷ்டக்காரி அல்லவா?

பின்னோக்கிப் பார்க்கும்போது

சென்ற ஆண்டு தன் பருவங்களை
நுட்பமாக மாற்றியது,
உதிரும் செந்நிற இலைகளுக்காக
தன் புழுக்கமான காற்றைக் களைந்தது
கதகதப்பான பூமியின்மேல்
குளிர்காலத்துப் பனிக்கட்டியை
ஜில்லெனத் துளிகளாகச் சொட்டியது
துயிலும் அடிநிலத்தண்டுகளை
வசந்தகால நோவை எதிர்கொள்ளத் தூண்டியது.

காலத்தின் புதிரான மனதுக்கு அப்பாலிருந்த நாம்
துய்த்து மகிழ்ந்தோம், எதையும் கவனிக்கவில்லை.

தனியாக. இப்போது நினைவுகூர்கிறேன்.

யோபுவைப்போல

தேவனே, தேவனே,
உம்மிடம் நீண்ட காலம் புலம்பியிருக்கிறேன்
சூரியனின் தகிப்பில்,
நிலவின் குளிரில்,
என் வேதனைக் கூக்குரல்கள் வானில் உம்மைத் தேடின.
ஆண்டவரே
பனித்துளிகளே என் போர்வை
கந்தல்களும் எலும்புகளுமே
என் உடைமைகள்.
யோபுவைப் போலவே உம்முடைய நாமத்தை உச்சரித்தேன்.

பிதாவே, பிதாவே,
என் வாழ்க்கையை மகிழ்வுடன் ஒப்புவிக்கிறேன் உம்மிடம்
முன்னால் ஆழமான நதிகள்
மேலே உயரமான மலைகள்
உம் அன்பை மட்டுமே என் ஆன்மா வேண்டுகிறது
ஆனால், இருளில் ஓநாய்களைப்போல
அச்சம் சூழ்கிறது
என் பெயரை மறந்துவிட்டீரா?
ஓ, தேவனே, உம் குழந்தையிடம் வாரும்
ஓ, தேவனே, என்னை மறந்துவிடாதீர்.

உம் தோள் மீது சாயச் சொன்னீர்
நான் சாய்ந்துகொள்கிறேன்
உம் அன்பில் நம்பிக்கைகொள்ளச் சொன்னீர்
நான் நம்பிக்கைகொள்கிறேன்
உம்முடைய நாமத்தை உச்சரிக்கச் சொன்னீர்
நான் உச்சரிக்கிறேன்
உம்முடைய வார்த்தையின் ஆதரவில்
வெளியே காலடி வைக்கிறேன்.

எனக்குப் பாதுகாப்பாக இருப்பேன் என்றீர்
கீர்த்தி பெற்ற என் ஒரே ரட்சகர்
என் அழகான ஷேரன்* ரோஜா
உம்முடைய வார்த்தையின் ஆதரவில்
வெளியே காலடி வைக்கிறேன்.
சந்தோஷம், சந்தோஷம்
உமது வார்த்தை
சந்தோஷம், சந்தோஷம்
தேவகுமாரனின் வியக்கத்தக்க வார்த்தை.

பந்தியில் முதன்மையான இடத்தில்** உட்காரும்படியும்
பரலோகத்தில் என் தாயோடு களித்துக் கொண்டாடவும் ஆன
கீர்த்தியை என்னை அடையச் செய்வேன் என்றீர்
உம்முடைய வார்த்தையின் ஆதரவில்
வெளியே காலடி வைக்கிறேன்.

சந்துகளுக்குள்
கிளைச்சாலைகளுக்குள்
தெருக்களுக்குள்
சாலைகளுக்குள்
நெடுஞ்சாலைகளுக்குள்
வதந்தி பரப்புவோரையும்
நடுயிரவில் அலைவோரையும்
பொய்யர்களையும் ஏமாற்றுக்காரர்களையும் சூதாடிகளையும் கடந்து
உம்முடைய வார்த்தையின் ஆதரவில்
உம்முடைய வார்த்தையின் ஆதரவில்.
தேவகுமாரனின் வியக்கத்தக்க வார்த்தையின் ஆதரவில்
உம்முடைய வார்த்தையின் ஆதரவில்
வெளியே காலடி வைக்கிறேன்.

---

* ஷேரன்: வளமான இஸ்ரேலியச் சமவெளி. விவிலியம். பழைய ஏற்பாடு. சாலொமோனின் உன்னதப் பாட்டு. 2:1. 'நான் சாரோனின் ரோஜாவும், பள்ளத்தாக்குகளின் லீலிபுஷ்பமுமாயிருக்கிறேன்.'

** விவிலியம். புதிய ஏற்பாடு. லூக்கா 14: 8-11. 'தன்னைத்தான் உயர்த்துகிறவனெவனும் தாழ்த்தப்படுவான். தன்னைத்தான் தாழ்த்துகிறவன் உயர்த்தப்படுவான்.'

குடிமை உரிமைகளுக்கான போராட்டத்தில் வெள்ளையர்களுக்குச் சமமான இடம் கோரியதற்கான குறிப்பு.

பணி நேர்காணல் கடிதங்கள்: திருமதி V.B.*

கப்பல்களா?
நிச்சயமாக அவற்றைச் செலுத்துவேன்.
படகைக் காட்டுங்கள்,
அது மிதக்குமென்றால்,
அதைச் செலுத்துவேன்.

ஆண்களா?
ஆம், அவர்களைக் காதலிப்பேன்.
என்னைப் புன்னகைக்க வைக்கும்
பண்பட்ட நேர்த்தி அவர்களிடம் இருந்தால்
அவர்களைக் காதலிப்பேன்.

வாழ்க்கையா?
சந்தேகமில்லாமல் அதை வாழ்ந்து தீர்ப்பேன்.
நான் இறக்கும்வரை எனக்கு மூச்சிருந்தால்
அதை வாழ்ந்து தீர்ப்பேன்.

தோல்வியா?
அதைச் சொல்ல நான் வெட்கப்படுவதில்லை,
அந்த வார்த்தைக்கு எழுத்துக்கூட்ட
நான் ஒருபோதும் கற்றதில்லை.
தோல்வி இல்லை.

---

* மாயா ஆஞ்சலுவின் அம்மா - Vivian Baxter Johnson

தேவனே, நன்றி

பழுப்புத் தோல்கொண்ட
உம்மைப் பார்க்கிறேன்,
நேர்த்தியான ஆப்பிரிக்கன்,
உருண்டு திரண்ட உதடுகள்,
சிறிய குறுந்தாடி,
மால்கம்*,
மார்டின்**,
ட்யூ பாய்ஸ்*** போல.
நீர் கருப்பராக இருக்கும்போது
ஞாயிற்றுக்கிழமை ஆராதனை மேலும் இனிமையாகிறது,
அதனால் சனிக்கிழமை இரவில் மட்டுமீறிய பகட்டுடன்
நான் ஏன் நகரத்தைத் திணற அடிக்கிறேன் என்பதை
விளக்கத் தேவையில்லை.

நன்றி, தேவனே,
தேவனே, உமக்கு நன்றி சொல்ல விரும்புகிறேன்
வாழ்க்கைக்கும் அதிலிருக்கும் எல்லாவற்றுக்கும்.
நன்றி இந்த நாளுக்காக
இந்த மணிக்காக, இந்த நிமிடத்துக்காக.

---

* Malcolm X (1925 - 1965). குடிமை உரிமைகளுக்கான போராட்டத்தின் முன்னோடிகளில் ஒருவர். இஸ்லாமிய அமைப்பை அமெரிக்காவில் நிறுவியவர். இவருடைய தாக்கத்தால் முகமது அலி இஸ்லாத்தைத் தழுவினார். மார்ட்டின் லூதர் கிங்கின் அகிம்சை வழியில் நம்பிக்கை இல்லாதவர். வெள்ளையர்களையும் யூதர்களையும் இனரீதியில் வெறுத்தவர். 1965இல் படுகொலை செய்யப்பட்டார். அலெக்ஸ் ஹேலியோடு இணைந்து தன் சுயசரிதையை எழுதினார். இந்நூல் தமிழ் மொழிபெயர்ப்பில் கிடைக்கிறது.

** Martin Luther King (1929 - 1968). மதகுரு. காந்தியின் போராட்ட வடிவங்களான அகிம்சை, ஒத்துழையாமை போன்ற கொள்கைகளின் மூலம் கருப்பினத்துக்கான சமத்துவத்தை அடைய முயன்றவர். காந்தியைப் போன்றே படுகொலை செய்யப்பட்டார். 1963இல் வாஷிங்டன் லிங்கன் நினைவகத்தின் முன் கூடிய இரண்டரை லட்சம் மக்களுக்கிடையே அவர் ஆற்றிய ‘எனக்கொரு கனவு உண்டு’ என்று அறியப்படும் பதினேழு நிமிட உரை உலகப் பிரசித்தி பெற்றது.

*** William Edward Du Bois (1868 - 1963). டச்சு, ஆப்பிரிக்க, ஆங்கிலேயே வம்சாவளி கொண்டவர். அமெரிக்கக் கருப்பர்களுக்கான குடிமை உரிமைப் போராளி. சமூகவியல் பேராசிரியர். ஆப்பிரிக்கக் காலனிகளின் விடுதலைக்காக அமைப்பு ஒன்றை நிறுவியவர். எழுத்தாளர். இடதுசாரி. போர் எதிர்ப்பாளர்.

பலர் மறைந்துபோனதை அறிவேன்
நான் இன்னும் வாழ்கிறேன்
உமக்கு நன்றி சொல்ல விரும்புகிறேன்.

நேற்றிரவு உறங்கப் போனேன்
விடியலில் எழுந்தேன்.
இன்னும் உறங்கிக்கொண்டிருக்கும்
பிறர் இருப்பதை அறிவேன்,
அவர்கள் இல்லாமல் போய்விட்டார்கள்,
என்னை இருக்க அனுமதித்தீர்.

சூரிய உதயத்தைப் பார்த்திருந்ததால்
சூரியன் உதிப்பதை மீண்டும் பார்ப்போம்
என்று சிலர் நினைத்தார்கள்.
ஆனால், மரணம் அவர்கள் படுக்கைக்குள் ஊர்ந்து நுழைந்து
அவர்கள் கையைப் பற்றி அழைத்துப்போயிற்று.
உம்முடைய கருணையால்
வாழ எனக்கு இன்னொரு நாள்.

பணிவுடன் சொல்கிறேன்,
இந்த நாளுக்காக உமக்கு நன்றி
உமக்கு நன்றி சொல்ல விரும்புகிறேன்.

ஒருகாலத்தில் நானொரு பாவி மனிதன்,
மீட்பின்றிக் கண்மூடித்தனமாக வாழ்ந்து,
ஆபத்தான செயல்களில் துணிந்து இறங்கி,
ஆன்மாவைச் சோதனைக்கு ஆட்படுத்தினேன்.
மழையென என்மீது பெய்யும் உமது கருணையால்,
மீண்டும் வாழ்வேன் இறந்தாலும்,
உமது கருணையால்,
பணிவுடன் சொல்கிறேன்,
இந்த நாளுக்காக உமக்கு நன்றி.
உமக்கு நன்றி சொல்ல விரும்புகிறேன்.

என்றாலும் நான் எழுகிறேன்